AF900536

माझे विद्यापीठ

नारायण सुर्वे यांची प्रकाशित पुस्तके

काव्यसंग्रह

ऐसा गा मी ब्रह्म

माझे विद्यापीठ

सनद (संपादक : कुसुमाग्रज)

सुर्वे : नारायण सुर्वे याच्या समग्र कविता

जाहीरनामा

नव्या माणसाचे आगमन

गवसलेल्या कविता (संपादक : विजय तापस)

लेखसंग्रह

माणूस, कलावंत आणि समाज

अनुवादित

ऑन द पेव्हमेंट ऑफ लाइफ (इंग्रजी) (अनु.: प्र. श्री. नेरूरकर, कृष्णा चौधरी)

नारायण सुर्वेनी कविता (गुजराती) (अनु.: वसंत जोशी)

मेरा विद्यापीठ (हिंदी) (अनु.: मनोज सोनकर)

नारायण सुर्वेकी कविता (हिंदी) (अनु.: पांडुरंग कापडणीस)

मेरी दरस गाह (उर्दू) (अनु.: रफिया शबनम आबीबी)

नारायण सुर्वे निवडक कविता (कन्नड) (अनु.: ल. रा. पंडित)

नारायण सुर्वे यांनी केलेले अनुवाद

तीन गुंड आणि सात कथा (मूळ लेखक : कृष्णचंद्र)

दादर पुलाखालची मुले (मूळ लेखक : कृष्णचंद्र)

संपादित

दलित काव्यदर्शन

गाणी चळवळीची

कविता श्रमाची

कॉ. डांगे : भारतीय राजकारणातील वादळ

माझे विद्यापीठ

नारायण सुर्वे

पॉप्युलर प्रकाशन, मुंबई

माझे विद्यापीठ
(म-२०३)
पॉप्युलर प्रकाशन
ISBN 978-81-7185-082-2

MAZE VIDYAPEETH
(Marathi : Poetry)
Narayan Surve

पहिली आवृत्ती : १९६६/१८८८
दुसरी आवृत्ती : २००५/१९२७
आठवे पुनर्मुद्रण : २०२१/१९४२
नववे पुनर्मुद्रण : २०२१/१९४३
दहावे पुनर्मुद्रण : २०२२/१९४४

मुखपृष्ठ : सुभाष अवचट
मलपृष्ठावरील रेखाचित्र : व्ही. एन. ओके

प्रकाशक
अस्मिता मोहिते
पॉप्युलर प्रकाशन प्रा. लि.
३०१, महालक्ष्मी चेंबर्स
२२, भुलाभाई देसाई रोड
मुंबई ४०० ०२६

अक्षरजुळणी
पॉप्युलर प्रकाशन प्रा. लि.
मुंबई ४०० ०२६

सौ. शिरीष पै
ह्यांना—

आभार

'ऐसा गा मी ब्रह्म!' नंतरचा, हा माझा दुसरा काव्यसंग्रह.

ह्या संग्रहातील कविता सर्व काही बोलेल. तिला स्वतःचा अनुभव आहेच. भाषाही आहे. मग माझे पांगळे 'निमित्त' कशाला?

पॉप्युलर प्रकाशनचे श्री. रामदास भटकळ यांचा मी आभारी आहे. त्यांचे आपलेपण म्हणजेच हा काव्यसंग्रह.

मौज, सत्यकथा, मराठा, मांडवी, वीणा, युगांतर, भारुड इत्यादी नियतकालिकांच्या संपादकांनी कविता संग्रहात समाविष्ट करू दिल्याबद्दल त्यांचाही आभारी आहे.

- नारायण सुर्वे

यंत्राच्या काळजातील आर्त स्वर
तुझ्या कंठात आकार घेऊ दे
उडणाऱ्या नाडीचे जागते ठोके
त्यांचा घंटारव अंतरात घुमू दे

अनुक्रम

माझे विद्यापीठ

ना घर होते, ना गणगोत, चालेन तेवढी पायाखालची जमीन होती
दुकानांचे आडोसे होते; मोफत नगरपालिकेची फुटपाथ खुलीच होती.

अशा देण्यात आलेल्या उठवळ आयुष्याची ऊठबस करता करता...
टोपलीखाली माझ्यासह जग झाकीत दररोज अंधार येत जात होता.

मोजलेत सर्व खांब ह्या रस्त्यांचे, वाचली पाट्यांवरची बाराखडी
व्यवहाराच्या वजाबाकीत पाहिलेत; हातचे राखून कित्येक मारलेले गडी.

हे जातीजातींत बाटलेले वाडे, वस्त्या, दारावरचे तांबडे नंबरी दिवे
सायंकाळी मध्यभागी असलेल्या चिडियाघराभोवती घोटाळणारे गोंगाटाचे थवे.

अशा तांबलेल्या, भाकरीसाठी करपलेल्या, उदास वांदेवाडीच्या वस्तीत
टांगे येत होते, घोडे लोळण घेत होते, उभा होतो नालीचा खोका सांभाळीत.

"ले, पकड रस्सी-हां-खेच, डरता है? क्या बम्मनका बेटा है रे तू साले
मजदूर है अपन; पकड घोडे को; हां; यह, वाह रे मेरे छोटे नालवाले."

याकुब नालबंदवाला हसे, गडगडे. पत्रीवाला घोडा धूळ झटकीत उभा होई
"अपनेको कालाकांडी. तेरेको जलेबी खा." म्हणत दुसरा अश्व लोळवला जाई.

याकुब मेला दंग्यात, नव्हते नाते; तरीही माझ्या डोळ्याचे पाणी खळले नाही
उचलले प्रेत तेव्हा 'मिलाद-कलमा'च्या गजरात मिसळल्याशिवाय राहिलो नाही.

त्याच दिवशी मनाच्या एका कोऱ्या पानावर लिहिले, "हे नारायणा
अशा नंग्यांच्या दुनियेत चालायची वाट; लक्षात ठेव सगळ्या खाणाखुणा."

भेटला हरेक रंगात माणूस, पिता, मित्र, कधी नागवणारा होऊन
रटरटत्या उन्हाच्या डांबरी तव्यावर घेतलेत पायाचे तळवे होरपळून.

तरी का कोण जाणे! माणसाइतका समर्थ सृजनात्मा मला भेटलाच नाही
आयुष्य-पोथीची उलटली सदतीस पाने; वाटते, अजून काही पाहिलेच नाही,

नाही सापडला खरा माणूस; मीही तरी मला अजून कुठे पुरता सापडलो?
सदतीस जिने चढून उतरताना, मीही नाही का कैकदा गोंधळून झापडलो?

आयुष्य दिसायला पुस्तकाच्या कव्हरासारखे गोंडस, गुटगुटीत, बाळसेदार.
आतः खाटकाने हारीने मांडावीत सोललेली धडे, असे ओळीवर टांगलेले उच्चार

जीवनाचा अर्थ दरेक सांगीत मिटवीत जातो स्वतःला स्वतःच्याच कोशात
पेन्शनरासारखा स्मृती उजाळीत उगीचच हिंडतो कधी वाळूत कधी रामबागेत

हे सगळे पाहून आजही वाटते; "हे नारायणा, आपण कसे हेलकावतच राहिलो.'
चुकचुकतो कधी जीव; वाटते, ह्या युगाच्या हातून नाहकच मारले गेलो.

थोडासा रक्ताला हुकूम करायचा होता, का आवरला म्यानावरचा हात,
का नाही घेतले झोकवून स्वतःला, जसे झोकतो फायरमन फावडे इंजिनात.

विचार करतो गतगोष्टींचा, काजळी कुरतडीत जणू जळत राहावा दिवा एक
उद्ध्वस्त नगरात काहीसे हरवलेले शोधीत हिंडावा परतलेला सैनिक.

किती वाचलेत चेहरे, किती अक्षरांचा अर्थ उतरला मनात
इथे सत्य एक अनुभव, बाकी हजार ग्रंथराज कोलमडून कोसळतात.

खूप सोयरीक करतो आता ग्रंथांची; वाटते तेही आपणासारखेच बाटगे निघाले
हवे होते थोडे परिचारिकेसम, कामगारासम निर्मितीक्षम. पण दुबळेच निघाले.

जगताना फक्त थोड्याशाच शब्दांवर निभावते; मरताना तेही बापडे दडतील
स्ट्रेचर धरून पोशाखी शब्द रुख्या मनाने आमची तिरडी उचलतील.

वाढले म्हणतात पृथ्वीचे वय, संस्कृतीचेही; फक्त वयेच वाढत गेली सर्वांची
छान झाले; आम्हीही वाढतो आहोत नकाशावर. गफलत खपवीत जुळाऱ्यांची.

ह्या कथा : कढ आलेल्या भाताने अलगद झाकण उचलावे तसा उचलतात
रात्रभर उबळणाऱ्या अस्थम्यासारख्या अख्खा जीव हल्लक करून सोडतात.

कळलेनाही: तेव्हा याकुब का मेला? कामणामणाच्या खोड्यात आफ्रिकन कोंडला?
का चंद्राच्या पुढ्यातला एकुलता पोर युद्धाच्या गिधाडाने अल्लद उचलला?

चंद्रा नायकीण; शेजारीण, केसांत कापसाचे पुंजके माळून घराकडे परतणारी
पंखे काढलेल्या केसांवरून कापसाखळीची सोनसरी झुलपावरून झुलणारी

अनपढ. रोजच विकत घेई पेपर, रोजच कंदिलाच्या उजेडात वाचायची सक्ती होई
"खडे आसा रे माझो झील; ह्या मेरेर का त्या रे," भक्तिभावाने विचारीत जाई.

कितीतरी नकाशांचे कपटे कापून ठेवले होते तिने; जगाचा भूगोल होता जवळ
भिरभिरायची स्टेशनांच्या फलटावरून, बराकीवरून, मलाच कुशीत ओढी जवळ.

मेली ती; अश्रूंचे दगड झालेत. चटके शांतवून कोडगे झाले आहे मन
बसतो त्यांच्या पायरीवर जाऊन, जसे ऊन. उठताना उठवत नाही नाती तोडून.

निळ्या छताखाली नांगरून ठेवल्या होत्या साहेबांच्या बोटी
दुखत होत्या खलाशांच्या माल चढवून उतरून पाठी

वरून शिव्यांचा कचकोल उडे, ''सुव्वर, इंडियन, काले कुत्ते.''
हसता हसता रुंद होत गोऱ्या मडमांच्या तोंडाचे खलबत्ते

आफ्रिकी चाचा चिडे, थुंके, म्हणे; ''काम नही करेगा.''
चिलमीवर काडी पेटवीत मी विचारी, ''चाचा, पेट कैसा भरेगा?''

धुसफुसे तो, पोटऱ्या ताठ होत, भराभरा भरी रेलच्या वाघिणी
एक दिवस काय झाले; त्याच्या डोळ्यांत पेटले विद्रोहाचे पाणी

टरकावले घामेजले खमीस, त्याचा क्रेनवर बावटा फडफडला
अडकवून तिथेच देह माझा गुरू पहिले वाक्य बोलला,

''हमारा खून झिंदाबाद!'' वाटले, चाचाने उलथलाच पृथ्वीगोल
खळाळल्या नसानसांत लाटा, कानांनी झेलले उत्थानाचे बोल

अडकवून साखळदंडांत सिंह सोजिरांनी बोटीवर चढवला
''बेटा!'' गदगदला कंठ. एक अश्रू खमीसावर तुटून पडला.

कुठे असेल माझा गुरू, कोणत्या खंदकात, का? बंडवाला बंदीशाळेत
अजून आठवतो आफ्रिकन चाचाचा पाठीवरून फिरलेला हात

आता आलोच आहे जगात, वावरतो आहे ह्या उघड्यानागड्या वास्तवात
जगायलाच हवे; आपलेसे करायलाच हवे; कधी दोन घेत; कधी दोन देत.

सत्य

तुझे गरम ओठ : ओठावर टेकलेस तेव्हा,
तेव्हाही रात्र अशीच होती; घुमी.
पलिकडे खडखडणारे कारखाने
खोल्याखोल्यांतून अंथरले बिछाने
मुल्लाचा अखेरचा अल्लासाठी गजर
काटे ओलांडीत चालले प्रहर
भावंडांसह कोनाडा जवळ केला आईने
धुमसत, बिछान्यासह फुटपाथ गाठली बापाने.

तुझे गरम ओठ : खडीसाखर होत गेले तेव्हा
तेव्हाही रात्र अशीच होती ओढाळ.
खपत होतो घरासाठीच...
विसावत होतो शीण तुझ्या काठावर
तुझ्या खांद्यावर–
तटतटलीस उरी पोटी
तनु मोहरली गोमटी
एक कौतुक धडपडत आले; घरभरले.
हादरली चाळ टाळांनी, खेळेवाल्यांनी.
वाकलीस खणानारळांनी.

तुझे गरम ओठ : अधिकच पेटत गेले तेव्हा,
तेव्हाही अशीच एक रात्र आली नकार घेऊन
पंखांखाली बसलीस चार पिले ठेवून
कोनाडा हळहळला – कळवळला.
'नारायणा'— गदगदला.

‘शिंक्यावरची भाकर घे’— पुटपुटला.
‘उद्यापासून तिलाही काम बघ बाबा.’
गांगरलो, भोवंडून स्थीर झालो.
तिच्या ओठावर ओठ टेकवून
बिछान्यासह बाहेर पडलो. त्या रात्री,
तिचे ओठ अधिकच रसाळ वाटले. अधिकच...

नेहरू गेले त्यावेळची गोष्ट

पाठी शेकवीत बसलेली घरे कलकलली
शहर कसे करडे होत गेले
नंतर अंजिरी
पुढे...काळोखाने माणीक गिळले.

दगडी गाऊन घातलेले कारखाने
चिरूट शिलगावीत
विचारांत बुडाले.
नंतर...
ओलेच खमीस खांद्यावर टाकून
खुराड्याकडे वळले.

'क्या हुआ ए सुंद्रे...!'
–'आज लोबन मत जला !...नेहरू गये !!'
'सच; तो चलो आज छुट्टी !...'
शीण पेलणारे जग खाटेवर कलले.

मी उदास खिन्न होऊन चाललो
रस्ते कसे भयाण वाटले
कागदी खोळीत उजेड घेऊन चाललेला हातगाडीवाला.
मी विचारले,
'हा प्रकाश आता कशाला नेतो आहेस !'
'वा राव;
पुढे काळोख दात विचकीत असेल !'
नेहरू गेले त्या वेळची गोष्ट !

एक आम्ही असे निघालो —

दर वळणावर आम्ही नवे मुक्काम करीत गेलो
एकाच जागी स्थिरावणे आम्हांला जमलेच नाही.

जोडलेले घर सोडताना ताकमेढ हळहळली
आम्हीही पाणावलो; उंबऱ्यात अडखळलो नाही.

स्वतःलाच शोधण्यात अर्धी उमर हरवुन गेलो
स्वतःकडून लाखदा वळलो; तरीही आढळलो नाही.

असे आम्ही पुरे भणंग, झांजरवेळी वळताना...
बसावेसे वाटले, बसलो; उठताच, बसलो नाही.

प्रत्येक रात्र आत्म्याशी चर्चा करण्यात घालविली
एक आम्हीच असे निघालो; बेइमान झालो नाही.

हुजरे

शहर तापते तेव्हा समर्थ शब्द शेकवला जातो
ओठाओठावर ओवला जातो
पुढच्या पिढ्यांचा उच्चार होतो;
गोंडा घोळणारे शब्द पुन्हा त्याचे हुजरे होतात
दारावर पाट्या लावून शास्त्रे सांगतात
त्याची वाट विचारीत येणाराला अडवतात —

असे साय पांघरलेले शब्द
दररोज मला भेटतात
ग्रंथाग्रंथातून……

विचार

कधी विचार असे येतात,
जसे थकून यावेत तिसऱ्या पाळीचे कामगार घरात
कुदळ घालून रस्ता खोदणारे शब्द
चिंब भिजून निथळत सावलीत दमून बसतात
अशा वेळी मला तुझे भारलेले हात हवेत.

कधी विचार असे वागतात,
मळणीच्या खुंटाभोवती रवंथ करीत संथ फिरतात
मध्यरात्रीस चिमणीच्या उजेडात
जीवनाचा अर्थ शोधीत कार्यकर्ते भांडत बसतात
अशा वेळी सावरणारे तुझे मला हात हवेत.

कधी विचार असे होतात,
क्षितीज तोलीत, पंख आवरून कारखान्यावर कबुतरे बसतात
भूगर्भातील खोल धुवांधार काळोखात
घट्टेवाले ! कंदील धरून कोलारच्या खाणी रापतात
अशा वेळी तुझे मला छत्ररूपी हात हवेत.

घंटा

हे अखेरचे शब्द तिचे; 'जाते रे'
डागीत गेलेले
वॉर्डमधील अंधार अधिकच गडद झालेला

तिचे शव माझ्या पुढ्यात आहे
एक उघडा डोळा; माझ्यावर रोखलेला
दुसरा मिटलेला; तिच्या मालकीचा
विझतानाही श्वास पेरून गेली

दूरवर चर्चच्या घंटा घणघणताहेत

आम्ही आहोत –

आत्मा : जो प्रत्येकाने दिवसभर तळघरात कोंडलेला असतो
भूमिगतासारखा
मी त्याच्याशी रोज बोलतो
कधी, दोघे बाहेरही फिरतो
पण —
पलिकडच्या फुटपाथवर
खांबाला टेकून पाळत करणारा बुटका उजेड
मडकीत विझल्यावर
केव्हा केव्हा;
त्यालाही गुंगारा देऊन —

उगीचच –

उगीचच जोडली बायकोपोरे —
सगेसोयरे
उगीचच कुडून घेतले
एक घर—जन्मभर
सर्व वाटा उंबरठ्यात
विसर्जित केल्या
उगीचच !
हेही उगीचच.

— पाणी घे

खाली...
खिडक्यांतुन विटका प्रकाश, त्याखाली...
आवरतो टांगेवाला. उतरे
अलबेला, छेलछबेला,
खुडबुडती खोकी क्षणभर
उडती स्वर —
'आयी मिलनकी बेला.'

'चंद्रे ! पाणी घे लवकर —
दिल लगाके प्यार कर,
सरग नजदीक कर,
छोकरे ! ...

चुडीयाँ...पाजामे लखनौके
चाय गरम
चल ला पैसे बदमाश
क्या करता है रे धरम

'आगबोटवाला आला वर
इंदे ! पाणी घे लवकर –
किती दिसांनी आला इंदीचा राजा
आहा रे, राजा !...
ढोलमढोल; बेंडबाजा !
करीत असल दुसऱ्या खिडकीचा पडदा वर

चल रे सैंया उधर...'
नवाच दिसतो रे तू पोपट माझा
मी राणी आणि तू माझा राजा
परत कधी येणार तू प्राणप्रिया रे
छुपके छुपके, कन्हैया बाँके.
चिमणे ! पाणी घे लवकर...!

स्वतःलाच रचीत गेलो

आकाशाच्या मुद्रेवर अवलंबून राहिलो नाही
उगीच कुणाला सलाम ठोकणे जमलेच नाही

पैगंबर खूप भेटलेत; हेही काही खोटे नाही
स्वतःलाही उगीचच हात जोडताना पाहिले नाही

वावरलो हरेकांत, हरेकांना दिसू आलोच नाही
आम्ही असे कसे? असा प्रश्न स्वतःलाही केला नाही

कळप करून ब्रह्मांडात हंबरत हिंडलो नाही
स्वतःलाच रचीत गेलो; ही सवय गेलीच नाही.

नाळ

दुःखादुःखांतील तरतमभाव पाळला
दर खेपेस असे जगणे कठीण गेले
हमेशाच जमवून घेणे कठीण गेले
म्हणून म्हटले; एकदाची कापावी नाळ
म्हणता, म्हणता कैक ऋतू उडून गेले.

बरं का रे पोरा !

बाप सांगतच होता ...
ऐकत होतो आम्ही सर्वजण; घरातील
चाळीतील; उद्याच्या जगातील !
चाळीसमोरच्या खाचरातील पाणी नहात होते प्रकाशपुरात.

"हां—तर पुढे होतो मी समुद्र घेऊन माणसांचा
बरं का रे पोरा; पुढे निघालो,
चाळीकडून वळलो; तेव्हा उभी होती दारात
उगीचच मोहरलो मनात
चाळकरी कुजबुजले आपसांत...
'तो बघा आत्म्याचा बापूस— फुडारी.'

बरं का पोरा—
"वाढत गेलो– महासागर झालो.
आकाशाला रुपलो
बरं का रे पोरा, कळसांना खुपलो.

तारा आल्या इंग्लंडातून
गेले म्हणतात तेव्हा राणीचे कळस कलंडून
एक रक्त ओघळ लवलवत गेला अंधारावरून
करकचुन आवळावे पोते; अशा गाडीतून
आम्ही कैकजण —
पुन्हा आपल्याच चाळीच्या दारावरून...

बरं का रे पोरा...
निजला होतास आईच्या कडेवर पदर पांघरून
मीही हात हलवला तेव्हा तिचा नूर...
ह्या मे दिनाच्या आठवणीने येतो ऊर भरून —
बरं का रे पोरा !
बरं का रे पोरा !!...

गाणे

—छानसे घरकूल नांदते गुलमोहोराखाली
केवळ कांकणे किणकिणली असती.
रोजच आला असता चंद्र खिडकीत
नक्षत्रांपलीकडची एक दुनिया असती.

भरल्या पोटाने अगा पाहतो जर चंद्र
आम्हीही कुणाची याद केली असती.

असा कसा दगड झालो ...

असा कसा दगड झालो ...
बाप असून काळ वाटलो त्यांना,
कशी चिडीचीप होऊन समोर
थरथरली पंखांत
हात जोडीत; टिपे गाळीत
'नाही...नाही'चा पुकारा करीत

असा कसा दगड झालो
पिशाच्च झालो
तडाखे हाणीतच राहिलो
कळवळली...किंचाळली...धप्पकन्....
तेव्हाच थांबलो.
असा कठोर झालो.

असा कसा दगड झालो...
दगड झाले डोळे
विसरलो पोटचे गोळे.
'पोरं पोसता येत नाहीत तर बाप कशाला झालात?'
शब्द कोसळले.
माझ्याकडेच दया मागणारे माझेच चिमुकले हात
भाबिक भोळे !
असा कसा दगड झालो;
दगडच झालो !

मुंबई

पटकूर खांद्यावर टाकून, सह्याद्री घाट उतरून
माझा बाप तुझ्या दारावर उभा राहिला श्रम घेऊन

केव्हा येई केव्हा निघून जाई, ठाऊक जन्मदात्रीला
पोक आलेल्या म्हाताऱ्या घरात एका रात्री माझा जन्म झाला

पगाराच्या दिवशी पिसाट होऊन आदळत घुसायचा घरात
आई भीतीने अंग चोरून उभी राह्यची बिचारी कोपऱ्यात

मला जवळ घेई, उंच झोकी, झिंजोट्या पिंजारून हसे
केव्हा तरी माझ्याही गालावर पाच बोटांचे उमटत ठसे

आम्हांवर भारी लोभ; एक दिवसही केला नाही खाडा
हे नगरी ! तुझ्या सेवेत चुकला नाही तिसाचा पाढा.

कळू आले तेव्हापासून डबा घेऊन साच्यावर गेलो
घडवतो लोहार हातोड्या तसाच घडवला गेलो

शिकलो तार कशी लावावी बाबीण कशी भरावी धोट्यात
वेळ आलीच तर हक्कासाठी केव्हा करावी आऱ्या खात्यात

इथेच; या सागरतीरी झुंजतच त्यानेही देह ठेवला
त्याच्याच साच्यावर दमेकरी मुकादमाने मला नेमला.

उनाड पोराने कलंडावी दौत तसा हा निळा सागर
आठवून तेव्हाच्या स्मृती माझ्यातील ढसढसतो पोर

तुकतुकीत काळ्या पोटरीचे स्नायू उतरीत होते माल
फळीवर पडणाऱ्या पावलांचा पाण्यातच ऐकत होतो ताल

ऐकून अजान; फणसासारखे अंगावर फुटत काटे
भीति वाटे मुल्लाची, फकीराची, पळे आठवुन घरचे रपाटे

तोच मी, तेच आम्ही, ह्या तुझ्या वास्तुशिल्पाचे शिल्पकार
तुझ्या सौंदर्यात हे नगरी ! दिसोंदीस घालीत असतो भर

नरकासम चाळीत राहूनच स्वच्छ करतो तुझे रस्ते
उठवले जातो कधी, दंडुकेवाले जसे उठवतात फिरस्ते

पुन्हा उचलतो संसार थाटतो दुजा बाजूच्या खाचरात
जगत आहोत ह्या संस्कृतीच्या सडत आलेल्या वारशात

असे आम्ही लक्षावधी नारीनर दिवस असेतो वावरतो
राबता, खपता आयुष्य मेणबत्तीसम विझवुन घेतो.

हिंडतो तुझ्या हाटांतुन, गल्लीतून चौकाचौकांतून
नागरिक म्हणून, संसारी बनून, कधी बेकार गणून

ह्या वाटा प्रकाश माळून चंद्रास्तापर्यंत मांडतात उत्सव
दुतर्फा ह्यांच्या काठांवर उभे तुझ्या दोन्ही जगांचे वैभव

हे चालले माणसांचे जथे; कोणीकडुन कोणीकडे?
मीही त्यांतील एक मुशाफीर; वाट कोणीकडून कोणीकडे?

दोनच ठाऊक वाटा; त्यांतील एक कारखान्याची वाट
दुजी, 'आवळा रे तिरडी! म्हणा उडाला पंछी अनंतात!'

ह्या क्षणी मनाच्या धर्मशाळेत जमलेत सोबतीचे प्रवाशी
लिही आम्हांवर म्हणत रांग लावून उभे हृदयाच्या दाराशी

मित्रहो ! तुम्हीच मुंबईच्या घडणीतील अमृतअक्षर
माझ्यावर, ह्या शहरावर तुमचेच हरघडी संस्कार

कसे तुम्ही; काय वर्णू थोरवी ! तुम्ही पोलाद, तुम्ही अलवार
फुले टपकन पडताच; जखमा होतात हृदयावर

ही माणसे एकलेपणात सोबत करून धीर देतात
जसे तुझ्या किनाऱ्यावरचे दिवे ताऱ्यांसोबत मिणमिणतात.

सणासुदीत फिरवतो मुलांना खांद्यावर गर्दीच्या सोहळ्यात
ताटव्यांनी फुलतो राजपथ माझीही कृष्णफुले खिदळतात

उडवीत फुगे नकळत येऊन फिरे माझेही बालपण
पुढे पिता चाले...आई मागून धावे ठेचाळत गर्दीतून

गालांतच हसतो मी; तितक्यातच मुले सवाल करतात
'बाबा –ह्या दगडाच्या भिंती पोलीस इथे पहारे का हो देतात ?'

ऐकून सवाल पेटतो मी, छातीवर कोसळती सहस्र घण
गळा भरून येतो. वाटते आताच अणूसम फुटेल प्राण

सावध चालती पाय; जसे वाघुट आठवून चालावेत भोई
मुका होतो मी, सांभाळुन आणतो घरी माझ्या आयुष्याची कमाई

त्या रात्री पापण्या मिटत नाहीत. काळोख कोरीत जीव जळत राहतो
चुलाण्यात फटफटावे लाकूड तसा आत्मा चरफडू लागतो.

झिजला चंदनासम बाप; मीही तसाच, अन् हे माझे कळे?
अशाच त्यांनाही उदास रात्री, सोबतीस काळोखाचे गार वेटोळे
ओसंडु पहातो आहे हृदयघट; सांग कुठे करू रिता
घडवुन गेला माझा बाप तुजसम स्फूर्तिशाली कविता.

पाने सळसळतात तेव्हा

उदास काळोखात पाने
सळसळतात तेव्हा
कदाचित् तू आता
कूस बदलत असशील
कदाचित् तू आता
उठलीच असशील.

उदास काळोखात पाने
सळसळतात तेव्हा
कदाचित् बाळअंगाखालील चिरगुटे
बदलत असशील
कदाचित् कापल्या ओळीवर
अश्रू टपटपत असतील.

हुन्नरी

— तर हे असे हरहुन्नरी लोक
शब्द गिरवणारेही त्यांत ;
शब्द वितळवल्याची घोषणा करतात
तेव्हा हसू येते; वाटते,
उभ्या उमरीत त्यांना एवढेच जमले
शब्द जगवताही आला नाही
जगताही आले नाही.

बेअब्रू खूपच झाली

बेअब्रू खूपच झाली अब्रूदारांच्या जगात
प्रत्येक पत-पेढीवर आमची चर्चा निघेल
तरी आम्ही जगता; असा लौकिक बाजारात
त्यांच्या नावासोबतच आमचेही नाव निघेल

हृदय नेउन दाखवावे कोणत्याही घरात
बंद दारादारांतून आमची कहाणी कळेल
किती मोजलेत तारे दुपारच्या अंधारात
कितीदा तापला तवा त्याचेकडून कळेल

वेदना उरात जपून वावरतो जगात
केव्हातरी जखमांना कायमचा दवा मिळेल
बेकार फिरतो चंद्र रात्रंदिन आकाशात
कधीतरी त्यालाही स्वतःचा प्रकाश मिळेल

बेअब्रू खूपच झाली; अब्रूदारांच्या जगात
तरी त्याच्या घरासमीप माझेही घर मिळेल.

जर तुम्हांला —

जर तुम्हांला छावणीत आढळलो नाही
खुशाल समजा,
अश्वशाळेतले सात घोडे उडाले असतील
शिकलगारखान्यात सात तलवारी कमी भरतील.
खुशाल समजा,
नगारखान्यावर पडघम झडत असेल
अर्धे अंधाराने अडवलेले बिंब वर सरकत असेल.
खुशाल समजेन,
मजमागून, अजस्र लाटा धडकाव्यात तशा —
अक्षौहिणी आपली सेना धूळ उडवीत असेल.
त्याहीमागे—
कोंडवाड्यात कोंडलेला आपला सोनेरी देश
पानाफुलांनी ही पालखी सजवीत असेल.
खळखळत फुटत राहील हास्य झुंडीचे
नुकतीच सर झडावी अशा आपलेपणाचे
—आणि नगराभोवती लक्ष कबुतरांचा थवा घुमत असेल.

जर तुम्हांला छावणीत आढळलो नाही
खुशाल समजा,
आपल्या अस्तित्वासाठी सर्व वाटा रोखून धरल्या असतील
एके दिवशी कफन बांधून खड्गपाती सरकत असतील.

धीर

थांब ! पहाट झाली नाही
दिवे मालवून कसे चालेल?
तू थकला असशील तर
माझी देहवात पेटवून ठेव
धूसर धुक्यातील जगात
हातांत हात घेतले आपण
तू म्हणालास गोंधळेन तेव्हा,
तुझा हात हृदयावर ठेव !

असा समीप ये, आणि–
सगळे, सगळे सांगून टाक
माझ्या हृदयाजवळ केसांची
झुलपे झुलवीत ठेव
बुडत्या गलबतासम
हतबल; उदासू नकोस,
किनाऱ्यावर उतरतात ओझी
तसा शीण उतरून ठेव !

असेच एकमेकां सावरीत
जगायचे आहे जगात
जेव्हा मी तडफडेन;
माझा आत्मा तुझ्या कुडीत ठेव !

काही ओळी

अजून भरहाटी खाटीक
घेऊन फिरती रणगाडे
संगिनीच्या छायेखाली मज
सांगतात गावया पवाडे
 रसवंती तयांना विकेन
 तर मी गुन्हेगार ठरेन.

बेतून दिलेले आयुष्य—

बेतून दिलेले आयुष्य; जन्मलो तेव्हा—
प्रकाशही तसाच बेतलेला
बेतलेलेच बोलणे बोललो. कुरकुरत
बेतलेल्याच रस्त्याने चाललो; परतलो
बेतल्या खोलीत; बेतलेलेच जगलो
म्हणतात ! बेतलेल्याच रस्त्याने गेलात तर
स्वर्ग मिळेल. बेतलेल्याच चार खांबांत
थू

तेव्हा एक कर !

जेव्हा मी या अस्तित्वाच्या पोकळीत नसेन
तेव्हा एक कर
तू निःशंक मनाने डोळे पूस
ठीकच आहे, चार दिवस धपापेल जीव गदगदेल !
उतू जाणारे हुंदके आवर
कढ आवर, नवे हिरवे चुडे भर
उगीचच चिरवेदनेच्या नादी लागू नको !
खुशाल; खुशाल तुला आवडेल असे एक नवे घर कर
मला स्मरून कर,
हवे तर; मला विस्मरून कर !

कठीण होत आहे

दररोज स्वतःला धीर देत जगणे; कठीण होत आहे
किती आवरावे आपणच आपणाला; कठीण होत आहे
भोकांड पसरणाऱ्या मनास थोपटीत झोपवून येतो
भुसा भरलेले भोत दिसूनही; थांबणे; कठीण आहे.
तडजोडीत जगावे. जगतो : दररोज कठीण होत आहे
आपले अस्तित्व असूनही नाकारणे; कठीण होत आहे
समजून समजावतो, समजावूनही नच मानलो
कोठारात काडी न पडेल, हमी देणे; कठीण होत आहे.

दगड

उरावर दगड ठेवून बोलू नको; बोलवणार नाही
सूर तुझे, लय तुझी, तारा तू पिळल्यास, मी नाही

अजून टॉवरवरचा चंद्र कललेला नाही
अजून पाय मुडपून लाट निजलेली नाही
धडपडत उठलेली नाही घरवेडी वर्दळ
अजून चौकीवरचा पहारा बदलला नाही

तू बोलत रहा; सारखी बोलतच रहा प्रिये...
अजून हृदय तृप्त भरून उतू गेलेले नाही

हं—तर ती संध्याकाळ; कुठेच दिवा विझलेला नाही
शहर वाटे सामसूम जणू काही घडलेच नाही
लख्खकन् लकाकल्या संगिनी आपणा दोघांवर
पुढे सांग; धागा अर्ध्यात तोडून जमायचे नाही

खूप दूरवर नांगरून पडला आहे उजेड
खुषीत आहे मी; तुझे फूलपण तुला विसरले नाही

उरावर दगड ठेवून बोलू नको; बोलवणार नाही
सूर तुझे, लय तुझी, तारा तू पिळल्यास, मी नाही.

नायक

तो निघाला तेव्हा त्याची पावले
उजेडाकडे होती.
पाठीवर वळ होते तरी त्याची नजर
भविष्याकडे होती.
तांब्यासारखे शरीर होते त्याचे
उच्चारात जरब होती.
सूर्य गोंदला होता हातावर
कर्तृत्वाची चमक होती.

तो चालला तेव्हा; इच्छुकांनी
फुले उधळली होती.
एका सभेत त्याने कोंडवाड्याची
कहाणी सांगितली होती.
अंगावरच्या जखमा दाखवीत त्याने
प्रतिज्ञा केली होती.
मैदानातून राजवाड्यात वळला तेव्हा,
हातांत ताजी फुले होती.

अलीकडे ऐकतो; तो बंद आहे
ग्रहणाने घेरले आहे.
नकार देऊनही हातावरचा सूर्य
घासला जात आहे.
दररोज फासखान्यावर त्याची
हजेरी लावली जात आहे.
त्याचे दुर्भाग्य पुन्हा त्याच्या वाट्याला

त्यांनी आणलेले आहे.
तो मुकाही झाला आहे म्हणतात;
बिगूल मुके कसे होईल ?
हादरवतो भिंती; हृदय भरून आल्यास
असे न होईल तर कसे होईल ?
चितारतो म्हणतात, वाकडातिकडा सूर्य मनुष्यही...
हात थरथरत असल्यास कसे होईल ?
झरोक्यांतून झिरपणाऱ्या कवडश्यांना गोंजारतो
आधार तेवढाच; तर कसे होईल ?

सावध

शब्दांनो ! सावध असा; सक्त पहारे बसलेत
तुम्ही दिलेत चंद्र त्यांच्या डोळ्यांत खुपलेत
सावध हे आशया ! सावध माझ्या बाप्पा !
तू दिल्या सत्याने उजेड त्यांचे कलथलेत.

सावध माझ्या हृदया ! भणंग युगांचा तू
ऐकतो की, त्यांनी साखळदंड शोधलेत
सावध माझ्या सखये ! सावध चिमण्या पिलांनो
फाटके नेसून तुम्ही मधुघट जोपासलेत.

पावसाळा

तुझा उन्मत्त गडगडाट
हाकवित आणतोस किरमिजी, राखी रंगाचे
गुबगुबीत कळप
ओढताना आसूड कडाडतोस
उगारतोस गिलोटीन विजेचे,
दुभंगतात तेही; खालचे रस्ते
रोंरावत धावतो पूर गटारावरून, तुंबतात
घरे, रस्ते, फुगतो समुद्र.
वर येतो सगळा दबलेला गाळ
आणि माझ्या डोळ्यांत पेटतो जाळ
आता ह्या वाटेवरून
दोन पोरांना धरून
ती कशी जाईल ?

कर्जपुत्र

...पुढे काढले लगीन अमुचे बा बापानेच
ताशे वाजंत्री वाजली मिरवलो कर्जातच
छान बाहुली शेजारी काळे हुरूपले खांदे
दोघे निस्तरा निस्तरा, झाले जगण्याचे वांदे
थोडे अल्याडपल्याड; इथे रात्र तिथे दिवा
कधी उसवा अंधार; केव्हा उजेडच शिवा
एका पुण्यरात्री आलो एका बेडक्यात मेलो
वर्गणीच्या ताटीवरच गुंडाळून गेलो
पुढे आक्रोशती टाळ मागे आम्ही कर्जपुत्र
पुरे पुरून उरले कर्ज देते पुण्यवंत
कळो आले तेराव्यात पिंडा शिवला न काक...

विश्वास ठेव

इतका वाईट नाही मी; जितका तू आज समजतेस
दाहक नव्हते ऊन जितके तू आज समजतेस

तडजोड केली नाही जीवनाशी; हे असे दिवस आले
आयुष्यभर स्वागतास पेटते निखारेच सामोरे आले

हारलो कैकदा झुंजीत; तूच पदराचे शीड उभारलेस
हताश होऊन गोठलो; तूच पाठीवर हात ठेवलेस.

कसे जगलो आपण, किती सांगू, किती करून देऊ याद
पळे युगासम भासली; नाही बोलवत. नको ती मोजदाद.

अशी उदास, आकुल, डोळ्यांत जहर साठवीत पाहू नको
आधीच शरमिंदा झालो आहे; अधिक शरमिंदा करू नको

आयुष्य घृणेत सरणार नाही; हवीच तर घृणाही ठेव.
ज्या खडकावर घुसळलीस मान त्या माणसावर विश्वास ठेव.

विझता विझता स्वत:ला

झूट बोलून आयुष्य कुणालाही सजवता येते
अशी आमंत्रणे आम्हांलाही आली; नाहीच असे नाही.

असे किती हंगाम शीळ घालीत गेले घरावरून
शब्दांनी डोळे उचलून पाहिलेच नाही, असेही नाही.

शास्त्र्याने दडवावा अर्थ आम्ही फक्त टाळच कुटावे
आयुष्याचा अनुवादच करा सांगणारे खूप; नाहीत असे नाही

असे इमान विकत घेणारी दुकाने पाड्यापाड्यावर
डोकी गहाण टाकणारे महाभाग नाहीत असेही नाही.

अशा बेइमान उजेडात एक वात जपून नेताना
विझता विझता स्वत:ला सावरलेच नाही, असेही नाही.

बोल

ओठावरचा गोंदलेला उच्चार बोलू लागेल
तेव्हा तू कुठे असशील ?
भयाण भयाने हादरून मलाच
आपलेपणाने अडवशील.
का पुढे करशील तुझ्यामाझ्यामध्ये
उभ्या राहणाऱ्या ह्या ताज्या फुलांना
आपल्याच अक्षरांना —
काय करशील ?

जन्मभरच्या माझ्या धडपडीला
नकार देशील ?
होकार देशील ?
का त्याहीपलिकडची तुझी अक्षरे
गोंदशील...
बोल...!

लालबाग

तुझ्याच कुशीचा आधार घेतघेत
कौलारी छपरांचा आडोसा घेत
ग्रंथ लेनिनचा पठण केला आम्ही
बंध तोडणारा हातोडा घेतघेत.

मुंबईच्या धमन्या मुठींत घेऊन
वेशीवर येती रणगाडे घेऊन
पर्वतासम खडा ठाकतोस घेऊन
विजेची पोलादी समशेर घेऊन

कैक शहीदांची कर्मभू लालबाग
सदैव सज्ज बॅरीकेड लालबाग
यंत्राशी जोडलेला असे जरी हात
दर्द घेऊन झुंजणारा लालबाग

उद्याच्या नभाचा ताराच लालबाग
कैक ऋतूंचा ऋतुराज लालबाग
रस्त्यांना फुलांच्या माळा शृंगारून
मरणाला मारून धावणारा लालबाग

माणूस

तू इतके वाईट वाटून घ्यायला नको होते
ओठांत आलेच होते शब्द निखारे ओतायचे होते
का थांबलीस ? का शिवलेस ओठ ? का थबकले पाऊल ?
कोसळणाऱ्या विजेने असे वळून पाहायला नको होते.

सहन केले असते सारे तुझ्यासाठी; एक तुझ्यासाठीच
जळलीस रात्रभर; एवढे श्रेय जरूर तुझेच होते
फणा पसरून टकमका पाहात का राहिली आहेत ?
अशाही स्थितीत चीड जपलीस एवढेच मला पुरे होते.

माझे शब्द

माझे शब्द तुम्हांला आमची कथा सांगतील
याच सोहळ्यासाठी दोन अश्रू जपून ठेवलेत.

मिरवीत याल खांद्यावर महाद्वारातून
केव्हाचे गळ्यांखाली घोष लपवून ठेवलेत.

विचाराल कुठे आहे तो पहाट शोधणारा
म्हणून गीतांत ओळखीचे सूर ठेवलेत.

फुलारेल माझी कविता, वेडावेल, नाचेल
तिलाही जीवनाचे अर्थ शिकवून ठेवलेत.

खळ्यांतून, मळ्यांतून; ताऱ्यावाऱ्यांतून याल
कुठूनही यावे; रस्ते मोकळेच ठेवलेत.

शांत दिसले जरी शहर, गाव, माझा देश,
मुठी वळलेले हात घराघरात ठेवलेत.

सांग

आपलेच घर जेव्हा
आपणाशी वैर धरते
अशावेळी हे हृदया
कोठे जावे तेवढे सांग

मालवले जातात दिवे
एकापाठोपाठ एक
कोठून आणाव्या ज्योति
हे हृदया तेवढे सांग

धक्के मारून काढावा
बिऱ्हाडातील भाडेकरू
पुन्हा यावे आडोशाला
अशी दैना का गा सांग

ऊठ–

जीवनापासून पळून जावे तर जावे कुठे ?
आकाशीच्या बापाशी पहिल्यापासून वैर होते.
एकट्यानेच गज तोडून उडावे; एवढे बळ कुठे ?
अवघ्या वाटांवर ठायी ठायी पहारे होते.

बोंब मारून बोलवावा असा स्वर्ग आहेच कुठे ?
ज्यासाठी आमचे आतडे तिळतिळ तुटत होते.
ऊठ ! तेवढी ती कोपऱ्यातली तलवार शोधून ठेव
एके काळी तिच्यावर मी माझे नशीब घासले होते.

असेल – नसेल

पॅरिसची संध्याकाळ...
घालीत असते बिछान्यावर धुवट चादर
फारतर खिडक्या नसतील तिथे
कातडी गोरी असेल ? स्तने, जांघा;
फार काय, बाकीचे सगळे तेच असेल !

इथे...
गोलपिठ्यावरची संध्याकाळ
फारतर खिडक्या असतील इथे
कातडी काळी असेल ?
पान, बिडी, गळ्यात रंगेल रुमाल असेल ?
पुढचे...सर्व असेल ?

बिचारा सार्त्र वर्णन करतो
नरक म्हणतो.

असेल, असेल,
सारीच दलदल.

पॅरिसची संध्याकाळ
धुवट चादर वापरीत असेल
कदाचित् इथे तीही नसेल ?

पोष्टर

चार घरांतील चौघेजण आम्ही
निघतो जेव्हा...
म्हातारा काळोख खुरडत येतो तेव्हा...

'हणम्या रे ही शिडी घे,
मी खळ लावतो
डकव वाचले जाईल अशा ठिकाणी.
शिंदेची बायको खळ चांगली करते
पण बाप खवीस.
आणि इसल्याची माँ रे !
बडी कडक बाई
नजर बचाके भागा...
कुत्तेपर पैर पडा... तो साला और बोंब !

त्या खिडकीपाशी नको रे डकवू
कायकु रे
उसकी मैना रहती है ना उधर
सबकी नजर लगेगी तो वांदा...

देख बे इसल्या !
डकवू का रे ह्या डगल्यावर
शू ऽऽ... शोर मत कर
तो म्हातारा आला एकेक लावीत अक्षर
बुड्ढा बडा खडूस है!'

चार घरांतील चौघेजण आम्ही परततो जेव्हा...
कुरकुर खांद्यावरची करते कावड
झाडांची पानेही करती बडबड

'इसल्या रे, कल मिटिंग चलेगी उधर
मरने दो ! अपने को साली आती है अब झोप.
मग मर लेका ह्या शिडीवर
उचलून तिघेही नेऊ कब्रिस्तानपर'

'देखरे शिंदे उपर में चांद का टुकडा
गालीब की गज़ल सताती है
"बेकार जिंदगी ने इसल्या को निकम्मा कर दिया
वर्ना इसल्या भी आदमी था, इश्क के काम आता"
चूप बे इसल्या...खाली पकपक......

'हणम्या रे एक काम करू या.
— अपना विरोध
वर्गणी जमवू या.
— अपना विरोध.
इसल्याची शादी बनवू या...
तो फुल सपोर्ट.
अपने भी घर एक दुल्हन आयेगी
शहनाई बजेगी.'

'ही दुनिया किती पुढे गेली रे,
थोडीसी नाक के आगे
पीछे बुढवा की नजर
म्हणून म्हणतो इसल्या—
बुड्ढयासाठी चष्मा घेऊ लवकर
आयडिया!'

* 9 7 8 8 1 7 1 8 5 0 8 2 2 *

FCW - #0258 - 061026 - C0 - 190/120/4 - PB - 9788171850822 - Matt Lamination